தாரகையின் தூரிகை

AF834408

Published By

Thaarakaiyin Thoorigai

Written by K. Ramya Kalaivani

Copyright ©

K. Ramya Kalaivani - POETRY WORLD ORG 2021

All rights are reserved. No part of this publication may be reproduced, stored in a retrieval system, or transmitted, in any form or by any means, electronic, mechanical, photocopying, recording or otherwise, without the prior written permission of the publisher. The author asserts the moral right to be identified as the author of this work. Special credits to Santheep Kumar, Dr.Niveditha and Dr.Nitin Chopra.

ISBN (Paperback) – 9789390724314

First Edition : 2021

Book Design by POETRY WORLD

தாரகையின் தூரிகை

கு. ரம்யா கலைவாணி

வாழ்த்துரை

முனைவர் ஜே. மஞ்சுளா தேவி
கவிஞர், உடுமலை.

இலக்கிய வடிவங்களின் அரசி கவிதை தான். அரசியின் கையைப் பிடித்துச் செல்லும் இளவரசியாக ரம்யா கலைவாணி இக்கவிதைத் தொகுப்பை அளித்துள்ளார். அவருக்கு முதலில் என் கனிந்த வாழ்த்துகள். இவர் மிகச் சிறிய வயதில் இருந்தே தனித்துவம் மிக்க பேச்சாளராகவும் எழுத்தாற்றல் மிக்க படைப்பாளராகவும் திகழ்வதை நான் நன்கு அறிவேன். கல்லூரிப் பயில்வில் இலக்கியத்தைக் கற்றவர் என்பதால் மொழி ஆளுமை இவரின் ஆற்றல். பல பரிசுகளையும் சிறப்புகளையும் பெற்ற இவர் பல ஜாம்பவான்களை எடுத்த நேர்காணலைக் கேட்டு நான் வியந்து போயிருக்கிறேன். குறிப்பாகக் கொங்கு மண்டலத்தின் இலக்கிய ஆளுமைகளாக அடையாளமிடப்படும் வானம்பாடிக் கவிஞர்களான, கவிஞர் சிற்பி, மார்க்சிய அறிஞர் கோவை ஞானி இருவருடன் இவர் எடுத்த நேர்காணல்கள் வரலாற்று அற்புதம் என்றே சொல்லலாம்.

இங்குள்ள கவிதைகளும் சில கவிதைகளை மட்டும் இங்கு சுட்ட விரும்புகின்றேன். அப்துல்கலாம் அவர்களைப் பற்றி ஒரு கவிதை இப்படித் துவங்குகிறது.

தமிழ் படித்த விஞ்ஞானியே

தமிழில் படித்த ஞானியே - இது வெறும் சொல் விளையாட்டாக மட்டும் அமையாமல் கருத்துச் செறிவோடும் எழுதுயுள்ளார். இதே போலவே, பாரதி பற்றியும் கூறியுள்ளார்.

காலம் கவிஞரைத் தின்றது

கவிதை காலத்தை வென்றது - காலத்தை வெல்லும் வலிமை இலக்கியத்திற்கு உண்டு. எனவே தான் மனிதனை வசீகரித்து வரும் ஒன்றாக கவிதை எப்போதும் திகழ்கிறது. தற்காலத்து இளைஞர் மனதை இரண்டே வரிகளில் எடுத்து வைக்கிறார் இக்கவிஞர். ஆண் வெண் நட்பு என்பது தலைப்பு -

கிடைப்பது அரிதே

கிடைத்தால் வரமே - என்று சொற்கள் செதுக்கியது போல் அமைந்திருக்கிறது. சாதாரண மனிதர்களைப் போல் சிந்திப்பவர் எப்படி கவிஞராக முடியும் - கலைவாணி அசாதாரணமாக சிந்தித்திருக்கும் ஓர் இடம்.

உறக்கம் கூட

உறங்காமல் விழித்திருக்கிறது - இத்தகைய பார்வையை இவர் இன்னும் விரிவுபடுத்தினால் நவீனக் கவிஞராய்த் திகழ்வார்.

காதல் கவிதைகள், செயற்கையான உணர்ச்சி வசப்படுதல்கள், அறிவுரை பொழிதல் இவைகள் எல்லாவற்றையும் காலம் காலாவதியாக்கி விட்டது

என்பதைப் புதிதாக எழுத வரும் இளைஞர்கள் நன்கு புரிந்து கொள்ள வேண்டும். பிற கவிஞர்களின் கவிதைகளைத் தொடர்ந்து படித்துக் கொண்டே இருக்க வேண்டும் - அப்போது தான் கவிதை வடிவத்தின் சாத்தியங்கள் கைவசமாகும். உரைநடையின் இல்லாத ஒரு அழகியல் அம்சம் கவிதைக்கு மட்டுமே வாய்த்திருக்கிறது என்பதை உணர்ந்து தொடந்து எழுதிக் கொண்டே இருந்தால் நல்ல கவிதை விரல்களுக்குள் வாய்த்து விடும். எழுத எழுதத்தான் தனக்கே உரித்தான ஒரு மொழிநடை ஒவ்வொரு கவிஞனுக்கும் வாய்க்கும்.

அத்தகைய வகையில் ரம்யா கலைவாணி மிகச் சிறந்த கவிஞராக மலர்வதற்குரிய அடையாளங்களை இத்தொகுப்பில் காண்கின்றேன். வாய்ப்புகளும் நல்ல சூழலும் என் இனிய செல்ல மகளுக்கு அமையட்டும் என வாழ்த்தி மகிழ்கின்றேன். இவரது இலக்கியச் செயல்பாடுகளுக்கு ஊக்கம் அளித்து வரும் இவரது தந்தை குப்புராஜ் அவர்களுக்கும், தாய் சாந்தாமணி அவர்களுக்கும் இச் சந்தர்பத்தில் என் மகிழ்ச்சியையும் வாழ்த்துகளையும் தெரிவித்து மகிழ்கின்றேன்.

அணிந்துரை

முனைவர் மு. கவிதாதேவி
உதவிப் பேராசிரியர்,
தமிழ்த்துறை,
நிர்மலா மகளிர் கல்லூரி,
கோயமுத்தூர் — 641018.

இறைவன் படைப்பில் அனைவரும் சமம்; இறைவன் படைத்த ஆற்றலில் அனைவரும் சமம். ஏற்றத்தாழ்வில்லா இறைவன் படைப்பில் ஏற்றத்தாழ்வில்லை. சிகரம் தொட்டவர்கள் சிலர் மட்டுமே; முயற்சியின்மையால் முடங்கிப் போனோர் பலர். தன்னம்பிக்கையும், விடாமுயற்சியும் இருப்பவர்களுக்கே சிகரங்கள் சிரம் தாழ்கிறது.

ஞான நல்லறம் வீரசுதந்திரம்
பேணு நற்குடிப் பெண்ணின் குணங்களாம்

பெண்கள் அறிவினில் ஓங்கினால் உலகமே தழைக்கும். என் மாணவி ரம்யா கலைவாணி அவர்கள் இளங்கலை படிக்கும் போதிருந்தே கவிதையின் கலாரசிகையாக இருந்தவர். அவருடைய ஆர்வத்திற்கு நீரூற்றும் பணியை மட்டுமே செய்தோம். கவிதை, பாட்டு, ரேடியோ ஜாக்கியென தன் வாழ்க்கையைச் செம்மைப்படுத்திக் கொண்டவர். முயற்சியின் சிறகுகளை விரித்து கற்பனையின் எண்ணங்களை உதிர்த்து கவிதை வானில் பறந்திருக்கிறார்.

அவர் தம் முதல் படைப்பில் பிரசவிக்கும் “தாரகையின் தூரிகை” என்ற கவிதை நூல் தன்னம்பிக்கைக்கு, தேடலுக்கு, இயற்கைக்கு, நட்புக்கு,

கடந்து சென்ற நிகழ்வுகளுக்கு, வாய்ப்பாக அமைகிறது. படிக்கும் வாசகர்களின் இதழ்களில் புன்னகையும், இதயங்களில் துடிப்பினையும் இந்நூலில் இருபத்தி ஒன்பது கவிதைகள் இடம் பெற்றுள்ளன. இவர்தம் கன்னி முயற்சி கனிய வேண்டும்.

முதல் கவிதை 'வழிகாட்டிகளுக்கு வணக்கம் செய்வோம்' தனக்கு கல்விக் கற்றுத்தந்த அனைத்து ஆசிரியர்களுக்கும் இந்தக் கவிதையைச் சமர்ப்பிக்கிறார். கல்விக் கற்றுத் தருவது மட்டும் ஆசானின் கடமையல்ல; வழிகாட்டியாய் கலங்கரை விளக்காய் விளங்குபவர் என்று ஆசிரியர்களைச் சிறப்பிக்கும் பண்பில் உயர்ந்து நிற்கிறார்.

'இயற்கையோடு இணைந்திடு' என்ற கவிதையின் வாயிலாக மழை, காற்று இவற்றுடன் உரையாடலை நிகழ்த்திய தன்மை இயற்கையோடு தனக்கிருக்கும் நெருக்கத்தை வெளிப்படுத்திய தன்மை வெகு சிறப்பு.

ஆங்கிலம் பேசும்போது ஏற்படும் பெருமிதம், தாய்மொழி தமிழ்மொழி பேசும்போது இல்லையே என மனம் பதறுகிற நிலை 'மெல்ல தமிழ் இனி' என்ற கவிதையில் ஆதங்கத்தை வெளிக்காட்டுகிறார்.

வாள்முனை வலிமையின் அடையாளம். வீரத்தின் விளை நிலமாகக் கருதப்பட்ட சங்க இலக்கியத்தின் பாடற்பொருள் இன்று பாடாற் பொருளாய் ஆனது என்ற கருத்து சிந்தித்தற்குரியது.

கொல்முனை யல்ல வாள்முனை

அறம் காக்கும் வீரமுனை - என்ற கவிதையில் வாளின் சிறப்பைப் பல் நோக்கும் பார்வையில் நோக்கிய தன்மை குறிப்பிடற்கரியது.

'விடியல்' என்ற கவிதையில் 'கதிர்கள் தழுவியவுடன்,

தவழுது ரோஜா மலர்கள்' என்பது குருவின் வழிகாட்டல் அவசியம் என்பதை மீண்டும் அறிவுறுத்துகிறது.

கலாம், பாரதி போன்ற மேதைகளைக் குறித்த கவிதைகள் இளைய தலைமுறையினர்க்கு காலக் கண்ணாடியாக நின்று விளக்குகிறது. நினைத்தது கிடைக்க வேண்டுமென்றால் தேடலுக்கு முற்றுப்புள்ளி வைக்காதீர்கள் என்று தன்னம்பிக்கை சிறகை விரிக்கச் சொல்கிறது.

'மூடிவைத்த புத்தகத்தில் முடிவடையா அத்தியாயங்கள்' என்ற உவமையைக் கவிதையில் பயன்படுத்திய உள்ளமை மீண்டும் மீண்டும் படித்து இன்புற வைக்கிறது.

பிடித்த ஒன்றை
பிடிக்காதது போல் செய்வதும்,
பிடிக்காத ஒன்றை
பிடித்தது போல் செய்வதும்,
பிரிக்க முடியாத ஒன்றாகிறது
சில நேரங்களில்! - என்ற கவிதை வரிகள் என்னை மிகவும் சிந்திக்க வைத்தது. வீட்டின் வரவேற்பறையில் கூட மாட்டி வைக்கலாம்.

தொடர்ந்து முயற்சி செய்தால் நாளைய தமிழ் இலக்கிய உலகில் தன்னம்பிக்கை கவிஞராக வலம் வர வாய்ப்புகள் மிக அதிகம். நாளைய வானில் கவிதை நட்சத்திரமாய் ஒளிர "தாரகையின் தூரிகை"யின் ஆசிரியராகிய என் மாணவிக்கு வாழ்த்துகள்!

இறைவன் ஆசிகள் என்றும் உண்டு
முயற்சி தெய்வம் உண்டெனில்
தோல்வி என்றும் நெருங்காது!
என்றும் முயற்சி தொடரட்டும்
என்றும் வெற்றிகள் குவியட்டும்!

ஆசிகளுடன்
வாழ்த்துகளுடன்
அன்பு தமிழாசிரியை
முனைவர் மு. கவிதாதேவி

தமிழ்ப்பால் ஊட்டி வளர்த்த எனது

தாய்க்கும் தந்தைக்கும் சமர்ப்பணம்.

உள்ளடக்கம்

வழிகாட்டிகளுக்கு வணக்கம் செய்வோம்

(உன்னத பணியை ஏற்றியிருக்கும்
அனைத்து ஆசிரியர்களுக்கும் இக்கவிதை
சமர்ப்பணம்!)

அன்பின் வடிவம்
அறிவின் ஊற்று
பண்பின் படிவம்
ஒழுக்கத்தின் திறவுகோல்!

கல்விக்கடலில் கலங்கரை விளக்கமாய் விளங்குபவரே!
எங்களின் முன்னுதாரணமாக விளங்கும் சுடரொளியே!
புரியாத புதிரை புரிய வைத்து
அறியாத அரிய தகவல்களைக் கொடுத்து
உலகை எங்களுக்கு அறிமுகப்படுத்தியவரே!
அறிவு எனும் கார்மேகம் கொண்டு
மழையில் நனைப்பவரே!
இருள் எனும் அறியாமையை அகற்றும் ஆதவனே!

கல்வி கற்றுக்கொடுக்கும் ஆசானாய் மட்டும்
விளங்காமல்
எங்களுக்கு வழிகாட்டியாய் விளங்குபவரே!
ஏணியாய் விளங்கி எங்களை உயர்த்துபவரே!
தோணியாக மிதந்து எங்களை கரை சேர்ப்பவரே!
களிமண்ணாய் இருந்த எங்களை உருவேற்றியவரே!
பாறைகளாய் இருந்த எங்களை சிற்பமாய்
செதுக்கியவரே!
வெள்ளைக் காகிதமாகிய எங்களை
வண்ணக் காகிதமாய் ஆக்கியவரே!

மாணவர்களாகிய எங்களை இந்தியாவின்
தலைவர்களாக மாற்றும் வித்தை செய்பவரே!
வணங்குகின்றோம்.
அன்பினால் வாழ்த்துங்கள் வளர்கிறோம்
உங்கள் பெருமையை திக்கெட்டும் பரவச் செய்கிறோம்.

'அ' வென்னும் அகரத்தை ஓரெழுத்தில் தொடங்கி
'குரு' என்ற மந்திரத்தை இரண்டெழுத்தில் உதித்து
'ஆசான்' ஆக நம்மனதில் மூன்றெழுத்தில் உயர்ந்து
'எழுத்து' என்னும் ஆதாரத்தை ஆணித்தரமாய்
நான்கெழுத்தில் நிறுத்தி
ஐந்தெழுத்தில் 'ஆசிரியர்'-ஐ முன்னிறுத்தி மறவாமல்
'நமஸ்காரம்' எனும் மாண்பினை ஆறெழுத்தில்
அறிவித்து
'வாழ்த்துக்கள்' எனும் வழக்கத்தினை ஏழெழுத்தில்
வழங்கி
'வாழ்க வளமுடன்' எனும் சொல்லினால் எட்டெழுத்தில்
ஏற்றம் தந்து
'இணைவோம் ஒருமித்து' எனும் வாக்கினை
ஒன்பதெழுத்தில் ஓதி
'சிகரமாய் நிமிர்ந்து' நிற்க வேண்டுமென பத்தெழுத்தில்
பாங்காய் கற்றுக்கொடுத்த ஆசானே
கனவுகளைக் காண கற்றுத்தந்த ஆசிரியனே
உங்களை வணங்குகிறோம் இருகரம் கூப்பி
எங்கள் மனமெனும் சிம்மாசனத்தில் ஏற்றி
வைக்கிறோம்
என்றென்றும் நீங்கா அன்புடன்...

இயற்கையோடு இணைந்திரு

தென்றலாய் வந்து
தவழ வைக்கும் காற்று!

கூட்டம் கூட்டமாய் படர்ந்து
வானத்தை குடிலாக்கும் கார்முகில்!

அலை அலையாய் பொங்கி
ஆர்ப்பரிக்கும் கடல்!

வானில் ஒளிர்ந்து
வர்ணஜாலம் காட்டும் வானவில்!

பச்சைக் கம்பளமாய்
பசுமையை நிலைநாட்டும் வயல்வெளி!

மழையின் வருகைக்காக
மா தவமிருக்கும் ஏரிகள்!

காற்றின் வரவிற்காக
காத்துக்கிடக்கும் மரங்கள்!

இங்கோ

விளைநிலங்கள்
மனைகளாய்!

பசுமை படத்தில் மட்டுமோ
பிற்காலத்தில்?

இயற்கை அன்னையை
பாதுகாப்பாய் ஒப்படைப்போம்
அடுத்த தலைமுறையிடம்!

புறப்படு மனிதா
பசுமை புவியை
எதிர்நோக்கி...!

வெட்டப்பட்ட மரங்கள் பேசினால்

கட்டியணைத்து நான் நிற்கும் மரமின்று
கட்டிப்போட்ட துண்டுகளாய் காலடியில்
காரணமறியாமல் நான் நிற்க
கதறிய குரலது சிதறிய மரத்துண்டுகளிடம்!

மனிதாவுனக்கு மனை கட்டிடவே
மரமென்னை வதைத்தாயே
மரணித்தது யான் மட்டுமல்ல
மனையிழந்த பறவைகளுமே!

கொலை செய்ய உம்
கோடாரியின் பிடியாய் நானானேனே
கொலைகாரன் உனக்கு
கேடயமும் நான் தானே!

என் நிழலில் தலைசாய்த்த நீயின்று
என்னில் தலைசாய்க்க விழைந்தாயோ
என் மடியிலுனக்கு தென்றல் வீசிட
என்னை விடுத்து குளிரூட்டி எதற்கோ?

நரம்புகளில் வழியும் செங்குருதியையும்
நண்பாவுனக்கு பிசினாய் வழங்கினேனே
நன்றி மறந்து நந்தவனத்தையும்
நஞ்சாக்கிய காரணமேனோ?

என் கரம் கொடுத்துனக்கு ஊஞ்சலானேன்
என் சிரம் அளித்துனக்கு உணவானேன்
என்னுடல் துறந்துனக்கு ஆசனமானேன்
என்னுயிர் தந்துனக்கு சந்தனப் பேழையுமாகிடுவேன்!

என்னிலிருந்து பிறந்தயென் தாளிடமே
எங்கள் கீர்த்தியை எழுதிவிடு
எட்டுத்திக்கும் பரவட்டுமெங்கள் மரண ஓலமெனக் கதறிட
எண்ணிப்பார்த்த நினைவுகளாலின்று நனைந்ததென் வரிகள்!

மெல்லத் தமிழ் இனி

ஆவேச வெளிப்பாடு
அன்னை மொழி
பேச!

ஆசை மிகுதி
அந்நிய மொழி
பேச!

நுனி நாக்கில் ஆங்கிலம்
தமிழில் பேச அவமானம்
தாய் மொழியை மறக்கும் அவலம்!

தமிழின் பெருமையை
தமிழனே அழிக்கும்
கொடூரம்!

தாரை வார்க்கிறோம்
தாய் மொழியை
அயலானுக்கு!

ஆராய்ச்சி செய்கிறான்
தமிழின் இனிமையை
மற்றவன்!

மாநாடு நடத்தி
காப்பாற்ற வேண்டிய நிலை
நம் தமிழுக்கு!

இல்லை இல்லை
நம்
தமிழனுக்கு!

'தமிழன்' தான்;
தமிழை சுவாசித்து நேசிக்கும்
ஒவ்வொருவரும்!

உயர்தனிச் செம்மொழி
உயிர் இல்லா மொழியாய்
மாறிவிடுமோ?

விழி பிதுங்கி நிற்கின்றது
நமது
தொன்மையான மொழி!

தடுத்து நிறுத்து;
தூக்கி நிமிர்த்து;
நம் முதன்மை மொழியை!

ஆட்சி மொழியாய் மாறட்டும்
புவியைப் புரட்டிப் போடட்டும்
தமிழனின் குரல் எங்கும் ஒலிக்கட்டும்!

நிரந்தர இடம்
உலக உப்பரிகையிலும்
இதய சிம்மாசனத்திலும்!

பார்க்கத் துடிக்கிறாள் தமிழ் அன்னை
பாரெங்கும் அவளது புகழ்
பரவுவதை!

(மெல்லத் தமிழ் இனி...)

வாள்முனை

இதிகாசங்களில் மானிடர்களை ஆளுமை செய்த கருவி
ஆற்றோர நாகரிகத்தின் அடையாளச் சின்னம்
சிந்து சமவெளியின் புதையல்
வீரயுகத் தமிழனின் புறமுத்திரை!

கழலணிந்து புறம்பாடிய தமிழன்
புறத்தார்களை விரட்ட வீசிய கூரிய ஆயுதம்!
பாதாளத்தில் இருப்பவனையும்
பரணுக்கு ஏற்றும் மந்திரக்கோல்!

அதர்மம் தலைவிரித்து ஆடும் இடத்தில்
அங்கே தர்மத்தை நிலைநாட்ட
உருவெடுக்கும் வீரனின்
முதல் ஆயுதம்!

பால் மணம் மாறா
பாலகனின் கையில்
பகைவனைச் சாய்க்கும்
வீரவாளினைத் தந்து
போருக்கு போவென்றாள்
வீரத்தமிழச்சி!
தாயின் முலைப்பால் வழியே
வந்ததல்லவா வாள்முனை வீரம்!

போர்க்களம் செல்ல
களப் பயிற்சி எடுக்கவில்லை
விளையாட்டாய் வாளெடுத்து
வீரமாய் போர் தொடுத்து

களமாடிய இனமல்லவா?
காதலி கடைக்கண்பார்வை பட்டால்
மண்ணில் காளையர்க்கு
மாமலையும் சிறுகடுகாம்!

வாள்முனை
நாகரிகமாற்றம் செய்யப்பட்டு
வேகம் துரிதப்படுத்தப்பட்டு
ஏவுகணை கூர்மையானது,
ஏவுகணை நாயகனின்
தோழனும் ஆனது!
பீரங்கிகளாகவும்
துப்பாக்கியாகவும்
இராணுவதளவாடங்களாகவும்
உருமாற்றம்!

வலிமையின் அடையாளமாகிய வாள்,
வன்முறையின் புறப்பொருளாய் இருந்த வாள்,
சங்க இலக்கியத்தின் பாடுபொருளாய் இருந்த வாள்,
தற்கால இலக்கியத்தின் பாடாப் பொருளாய்
இருப்பதேனோ?

வீர கூட்டமெல்லாம் இன்று
விவேகக் கூட்டமோ?
வீர மறவர்களே,
வீரம் அழியவில்லை,
அது விவேகத்தின் வளர்ச்சியே!
கொல் முனையல்ல வாள்முனை,
அறம் காக்கும் வீரமுனை!

சுனாமி

'சுனாமி' என்ற மூன்றெழுத்து
செல்லப்பிள்ளையே
உனக்கு மட்டும் ஏன்
இவ்வளவு ஆணவம்?

இந்த உலகத்திடம்
சில நாழிகையிலே
ஆழிப்பேரலையாய்
கோரத்தாண்டவம் ஆடி
'உலகம்' என்ற நான்கெழுத்தையே
கதி கலங்கச் செய்தாயே!

எத்தனை ஆண்டுகளாய்
திட்டம் தீட்டினாய்?
மாட மாளிகையில் இருந்தவரையும்
ஒரு நொடியில் வீதியில் நிற்க வைத்து
உன் பழியைத் தீர்த்துக் கொண்டாயோ?

குருவிக் கூடுகளாய் இருந்த குடும்பங்களைப்
பிரித்து சதி செய்து
அதில் ஒருவரை மட்டும்
பிழைக்க வைத்து
உன் பசியை போக்கினாயோ?

'கருணை' என்ற சொல் இல்லா
உன் அகராதியை
புதுப்பித்து
அழகான உன் பாதம்
தனில் அழிவை அகற்றிடு!
அன்பை வளர்த்திடு!

விடியல்

கிழக்கு கீழ்வானில் தோன்றும் சுடரொளியே
உன் சுடரொளியால் உயிரினங்களை
உயிர்ப்பிக்கின்றாயே!

அறியாமை இருளில் இருந்து எம்மை மீட்பது போல்
நடுநிசி இரவில் இருந்து எமக்கு ஒளியேற்றுகிறாய்!
நீல வானில் வானவில்லாய் தோன்றும் இளங்கதிரே,
உன் நிறத்தால் வர்ணஜாலம் காட்டுகிறாயே!

உன் கதிர்கள் தழுவியவுடன்,
தவழுது ரோஜா மலர்கள்!
உன் கதிர்கள் தீண்டியதும்,
திறக்கிறது குருவியின் விழிகள்!

தங்கத் தகடுகள் போல் நீ இருக்க
நெருப்பு நீரோடையாய் உன் வருகை!
அழகு பெட்டகமே ஆனந்தத்தில் மூழ்கவை
இவ்வுலகிற்கு விரைவாய் வந்து...!

காலம் போற்றும் கலாம்

தமிழ் படித்த விஞ்ஞானியே;

தமிழில் படித்த ஞானியே!

காலத்தை வென்ற காவிய நாயகன் நீ,

சரித்திரம் படைத்த சாதனை நாயகன் நீ,

தடைகளைத் தகர்த்த ஏவுகணை நாயகன் நீ,

இளைஞர்களைக் கவர்ந்த கனவு நாயகன் நீ!

உன் வருகைக்கு பின் தான்

கரிசல் காட்டுக்கும் கனவு வந்தது!

உன் இருக்கைக்கு பின் தான்

இஸ்ரோவும் தன் சிறகினை சிலிர்த்தது!

மதம் பிடிக்கா மனிதர் நீ;

மனித நேய புருஷர் நீ!

பாரதி

எட்டயபுரத்து நாயகன்

எட்டாத உயரம் சென்றவன்

தமிழின் கவிக்குயில்

தமிழனின் புரட்சியாளன்

காலம் கவிஞரை தின்றது,

கவிதை காலத்தை வென்றது!

வறுமையின் தாக்கம்

தெரு முனையில் தள்ளுவண்டிச் சத்தம்

சத்தம் தந்ததோ அளவில்லா மகிழ்ச்சி

மகிழ்ச்சி புத்துணர்வூட்டிட சட்டைப்பையில் அவன் கை

கை வைத்துப் பார்த்ததில் சோர்வடைந்தது மனம்

மனம் கதறிட, அழைத்தது ஒரு குரல்.

குரல் வந்த திசை நோக்கி அவன்

அவன் பார்வையைத் தாளாமல் குமுறலில் தாய்

தாய் உள்ளம் அறிந்தவனாய் கூடாரத்திலேயே கால்கள்

கால்கள் ஏற்றதை ஏனோ மறுத்தது வயிறு

வயிறு கேட்டதற்கு நீரைக் கடன் தந்து உறங்கினான்
அந்த குறவன்!

தாயினும் சிறந்தொரு கோயிலுமில்லை

கடலின் ஆழம் கடுகளவு
அவள் அன்பின் ஆழத்தை ஒப்பிட்டால்!
இமயத்தின் உயரமும் சிறுகுச்சி,
அவள் நேசத்தின் உயர்விற்கு முன்னால்!

அவள் கீர்த்தியை எழுத நான் வார்த்தை தேடிட,
மொழிக்கோ குழப்பம் அவளன்பிற்கு ஏற்ற பாமாலை கூற!
மறுபிறவியில் காலணியாய் பிறந்திட தவமிருக்கிறேன்,
என்னை சுமந்தவளின் கால்களை சுமந்திடவே!

நிதர்சணம்

யாருமற்ற தீவில்

நமக்குத் துணையாய்

நந்தவனத்தில் பறவைகள்;

யாவருமுள்ள நகரிலோ

மதிற்சுவரில் பறவைகள்

தனித் தீவுகளாய்!

மழை

இயற்கை கருவறையில் உருவாகி

இனிய கீதமாய் பொழிவாய்

இன்றோ கால்பதிக்கவும் யோசிக்கிறாய்

இப்புவியில்!

வாய்விட்டு சிரி

கண்ணீர் கூட

இமைகள் மூடியிருந்தால்

வெளிவருவதில்லை;

உன் மகிழ்ச்சியை ஏன்

மௌனத்தினால்

மூடிக்கொள்கிறாய்?

இப்படிக்கு,

சிரிப்பு

சிரிப்பு

குயிலின் இசைதான் இனிமை என்றிருந்தேன்
பூவிலுள்ள மழைத்துளிதான் அழகு என்றிருந்தேன்
மயிலின் நடனம்தான் இன்பம் என்றிருந்தேன்
மழலையின் சிரிப்பைக் காணும் வரை...!

தொழுநோயாளிகள்

வாய் திறந்தே கிடக்கும் மயானம்

உயிரோடு போராட்டம்

நிலவே இவர்களுக்கு மின்விளக்கு;

ஐந்தறிவிற்கு ‘புளூ கிராஸ்’

ஆறறிவிற்கு உயிர் சேதம்!

முதல் ஸ்பரிசம்

மனதிலேயே தங்கி விடுகிறது

மங்கையவள் பெற்றெடுக்கும்

மழலையின் முதல் ஸ்பரிசம்!

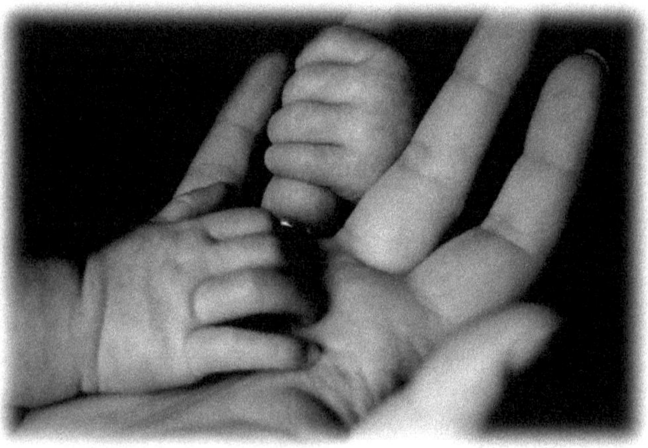

தேடல்

கேட்பதெல்லாம் கிடைத்து விட்டால்
அது தேடலின் முற்றுப்புள்ளி!
கேட்பதெதுவும் கிடைக்கா விட்டால்
அது தேடலின் துவக்கப்புள்ளி!

கிறுக்கல்கள்

மூடி வைத்த புத்தகத்தில்

முடிவடையா அத்தியாயங்கள்;

தொக்கி நிற்பதை

தொடர்கதையாக்கிடவே,

தினம் தினம் மையிட்டுக்கொள்கிறது

பேனா!

நிகழ்வும் நினைவும்

கவிதைகள் எழுதுவது

நிகழ்வுகளை சேமித்திட

கவிதைகள் வாசிப்பது

நினைவுகளை நினைவுப்படுத்திட!

தாயான தமிழ்

களிப்படையும் நாட்களில்

கண்களின் மொழியை

கவிபாடும் கைகள் உணர்த்திட,

கதறியழும் நாட்களிலும்

கட்டியணைக்கின்றது

கன்னித்தமிழின் வரிகள்!

வாழ்க்கை

கண் கவரும்

புது இலைகள் துளிர்த்திருக்க,

காய்ந்து போன

சருகுகளைக் கண்டு

ஓய்ந்து போவது ஏனோ?

சமூகம்

சமூக வலைத்தளங்கள் இயங்கவில்லையெனில்

சமூக வலையில்

பிணைந்து இருந்திருப்போம்!

ஆண்-பெண் நட்பு

கிடைப்பது அரிதே;

கிடைத்தால் வரமே!

உயிர் நாடி

துவண்ட நேரங்களில்

தோள் கொடுப்பவன்;

வெறுத்த நேரங்களிலும்

எனக்காய் நிற்பவன்;

என் கண்ணீர்த் துளிகளை

காண முடியாமல் துடிப்பவன்!

நான் உணர்ந்த முதல் நேசம் -

அண்ணா!

அம்மா

உன் வலியால் பிறந்ததால்,
வலி வரும்போதெல்லாம்
உன்னையே உச்சரிக்கின்றன
என் உதடுகள்!

புத்தகமும் அவளும்

புத்தகத்தில் மூழ்கிப் போனாள்;
அவளே புத்தகமாய் மாறினாள்!

பிடித்ததும் பிடிக்காததும்

பிடித்த ஒன்றை

பிடிக்காதது போல் செய்வதும்,

பிடிக்காத ஒன்றை

பிடித்தது போல் செய்வதும்,

பிரிக்க முடியாத ஒன்றாகிறது

சில நேரங்களில்!

காதல் மொழிகள்

உறக்கம் கூட

உறங்காமல்

விழித்திருக்கிறது,

கனவினில் கிடைக்கும்

உன் தரிசனத்திற்காக!

இமைகள் மூடித் திறக்கும் முன்

உன்னை ரசித்திட எண்ணுகிறேன்;

விழியோரப் பார்வையில் நீ

சிறைபிடித்திடுவாய் என்பதால்..!

நீ விலகிச் செல்ல முடிவெடுத்த பின்

விலகியே இருந்தேன்

விரும்பி

நீ கூறியதால்!

இணையத் துடிக்கும்

அவனிடும் செல்லப்பெயருக்காகவே,

இடைவெளியிட்டு வைத்திருக்கிறேன்

என் பெயரினை!

நீ இசை என்றால்,

நான் இசையமைப்பாளனாவேன்;

நீ மொழி என்றால்,

நான் கவிஞனாவேன்;

நீ விண்மீன் என்றால்,

நான் விஞ்ஞானியாவேன்;

நீ கல் என்றால்,

நான் சிற்பியாவேன்;

உன்னில் கலந்திருந்தே

கணப்பொழுதையும் கழித்திடவே!

உன் கண் பார்வையில்

விழுந்து எழுவதற்குள்,

கன்னக் குழியில்

மீண்டும் வீழ்ந்துவிடுகிறேன்!

என் நிழலில் கூட

உன் உருவமே

பிம்பமாய்த் தெரியுதடா!

மறக்க நினைக்கும் வேளையில்

நினைக்கின்றேன்;

நினைக்கும் பொழுதினில்

இமைக்கவும் மறக்கின்றேன்!

கனவு காணும் நேரத்தில்

என்னவனின் உறக்கத்தை ரசித்திடவே

என்னை தட்டியெழுப்பியதாக,

காதோரம் கிசுகிசுத்துச் சென்றது

மின்விசிறியின் ஓசை!

உறக்கத்தை தேடும்

விழிகளுக்குத் தெரியாது

கனவினில் நுழைந்திடவே

கண்ணுறங்க காத்திருக்கிறான்

கள்வனென்று!

கண் எதிரே உன் முகம் இல்லை

என் கனவில் உன் முகமே!

என் கனவும் உறங்க மறுக்கிறது

கனவே நீ என்பதால்...!

வியர்த்த விழிகளைத்

துடைக்கும் கைகள் அவனென்பதால்,

விருப்பத்துடனேயே கண்ணீர்

அவள் விழிகளில்!

பார்வைகள் பேசிய பின்னும்

பாவையின் பேச்சொலி

பாலனை எட்டவில்லை!

கடந்து போக நினைக்கையில்

கண் ஜாடையில்

கடத்திச் செல்கிறான்

மனதினை!

நீரூற்ற அவளில்லை — எனினும்

நிதானமாய் காத்திருக்கச் செய்கிறது

மண்ணின் (மன்னனின்) காதல் . . .

இரண்டு நிமிட சந்திப்பில்

சில கால பிரிவையும்

சரி செய்து விடுகிறது,

இமைகளின் சிமிட்டல்களும்

இதழ்களின் புன்னகையும்!

கற்பனை கதைகளில்

மறைந்துள்ள நிஜங்கள்,

புதைந்துள்ள நினைவுகளுக்கு

வண்ணமூட்டிச் செல்ல,

நினைவலையின் சிக்குண்டே

நித்தமும் அவள்!

இமைகள் பார்த்த

முதல் சந்திப்பில்

விலகாமல் போன

விழிகளுடன்

சிலையாகிப் போனது

பேதையும்

சிறைப்பட்ட அவள்

மனமும்!

எழுத நினைக்கும் போதெல்லாம்

எட்டிப்பார்க்கும் நினைவுகளை

எழுத்தில் தீட்டிடவே, தினம் மையிடுகிறது

என் பேனா!

ஒவ்வொரு நாளும் வரம் தான்

ஓராயிரம் முறை நந்தவனத்தில்

ஓவியமாய் கவரும் மலர்களும்

ஓசையெழுப்பும் வண்டுகளின் ரீங்காரமும்

ஒயிலாய் திரியும் பறவைகளும்

ஓடையின் சலசலப்பும்

ஓகையளிக்கும் என்னவன் அருகாமையும்

ஒருங்கே சங்கமித்தால்!

தடம் பதித்த அவன் பெயரினை

தாவி வரும் அலைகள்

தொட்டுப் பார்க்க முயல,

தவழ்ந்து செல்லும் அலையினைத்

தடுக்க இயலாமல்

தொடர்ந்து எழுதிக்கொண்டிருக்கிறாள்

அவன் பெயரினை!

நீ மூடி வைத்த புத்தகத்தில்

சிறகொடிந்து புதைந்த

மயிலிறகு நான்!

www.ingramcontent.com/pod-product-compliance
Lightning Source LLC
LaVergne TN
LVHW052139041026
849558LV00042B/553